300
Basic Vocabulary
Picture Flashcards
English - Vietnamese

alligator

cá sấu

ant

con kiến

bear

chịu

bee

con ong

bird

chim

butterfly

bươm bướm

camel

lạc đà

cat

con mèo

dinosaur

khủng long

chicken

thịt gà

cow

bò

deer

con nai

dog

chó

dolphin

cá heo

duck

con vịt

eagle

chim ưng

elephant

con voi

fish

cá

dragonfly

con chuồn chuồn

fox

cáo

frog

ếch

giraffe

hươu cao cổ

goat

con dê

worm

sâu

hen

gà mái

hippopotamus

hà mã

horse

con ngựa

kangaroo

con chuột túi

kitten

mèo con

lion

sư tử

lobster

tôm hùm

monkey

con khỉ

octopus

bạch tuộc

owl

cú

panda

gấu trúc

pig

con lợn

puppy

cún yêu

rabbit

con thỏ

mouse

con chuột

crab

cua

shark

cá mập

sheep

cừu

snail

ốc sên

snake

con rắn

spider

nhện

squirrel

sóc

tiger

con hổ

turtle

rùa

wolf

chó sói

zebra

ngựa rằn

turkey

gà tây

rooster

gà trống

parrot

con vẹt

hedgehog

nhím

apple

táo

apricot

quả mơ

avocado

trái bơ

banana

trái chuối

blackberry

dâu đen

blackcurrant

blackcurrant

blueberry

quả việt quất

cherry

quả anh đào

coconut

dừa

fig

quả sung

grape

giống nho

grapefruit

bưởi

kiwi

quả kiwi

lemon

chanh

lime

vôi

lychee

vải thiều

mandarin

cam quýt

mango

trái xoài

orange

trái cam

papaya

đu đủ

peach

đào

pear

lê

pineapple

trái dứa

plum

mận

pomegranate

trái thạch lựu

raspberry

dâu rừng

strawberry

dâu

watermelon

dưa hấu

tangerine

quýt

pie

bánh

cake

bánh ngọt

candy

kẹo

cookie

bánh quy

donut

bánh vòng

ice cream

kem

muffin

bánh nướng xốp

pudding

bánh pudding

binder

chất kết dính

book

sách

backpack

ba lô

scissors

cây kéo

pins

chốt

clip

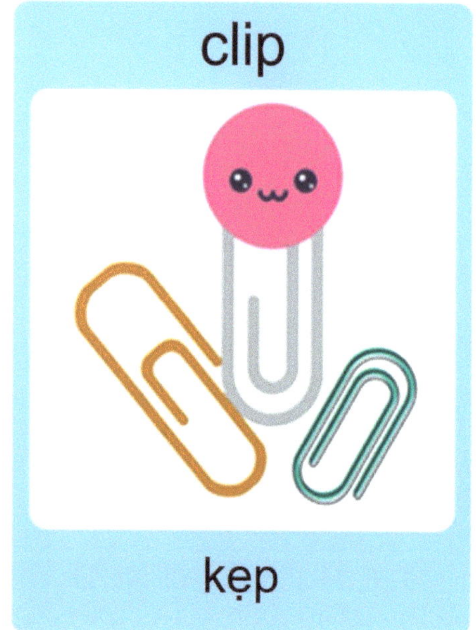

kẹp

paper

giấy

stapler

kim bấm

calculator

máy tính

ruler

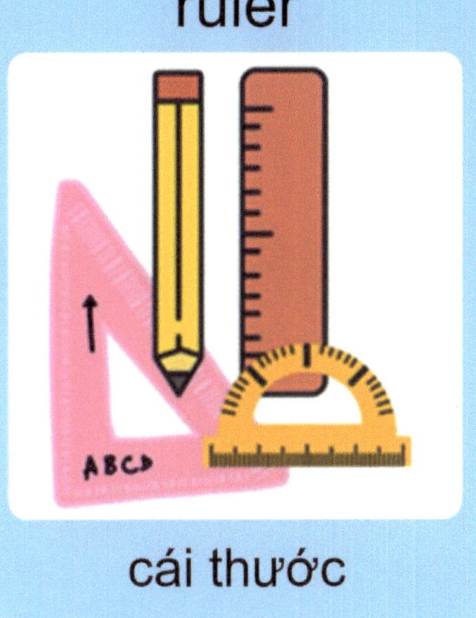

cái thước

glue

keo dán

bookcase

tủ sách

calendar

lịch

chair

cái ghế

clock

đồng hồ

computer

máy vi tính

desk

bàn

dictionary
DICTIONARY
A-Z
từ điển
eraser
ERASER
cục gôm
map
bản đồ
notebook
sổ tay
pen
cây bút
pencil
bút chì
belt
thắt lưng
boots
giày ống
cap
mũ

coat

áo choàng ngoài

dress

váy đầm

gloves

găng tay

hat

mũ

jacket

áo khoác

jeans

quần jean

pajamas

đồ ngủ

pants

quân dai

raincoat

áo mưa

scarf

khăn quàng cổ

shirt

áo sơ mi

shoes

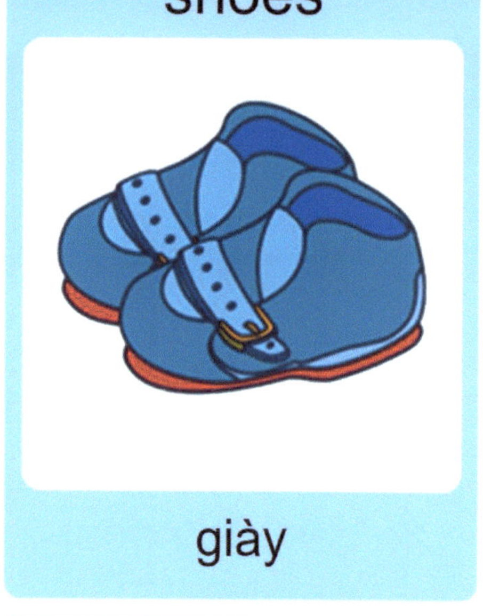

giày

skirt

váy

slacks

quần lót

slippers

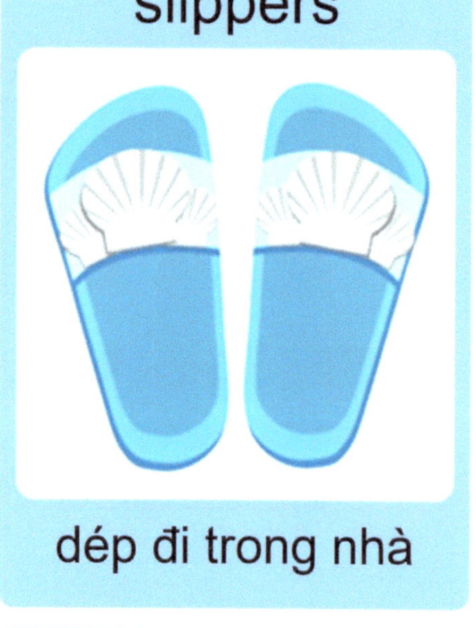

dép đi trong nhà

socks

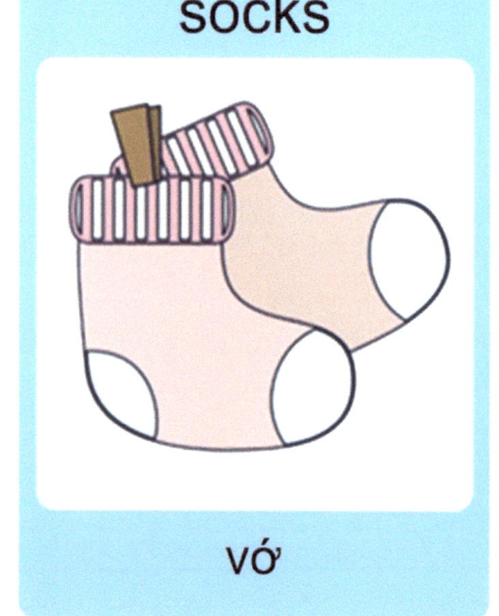

vớ

suit

bộ đồ

sweater

áo len

tie

cà vạt

trousers

quần

underpants

quần lót

undershirt

áo lót

one

một

two

hai

three

số ba

four

bốn

five

số năm

six

sáu

seven

bảy

eight

tám

nine

chín

ten

mười

eleven

mười một

twelve

mười hai

thirteen

mười ba

fourteen

mười bốn

fifteen

mười lăm

sixteen

mười sáu

seventeen

mười bảy

eighteen

mười tám

nineteen

mười chín

twenty

hai mươi

ant

con kiến

bell

chuông

cow

bò

doll

búp bê

egg

trứng

fish

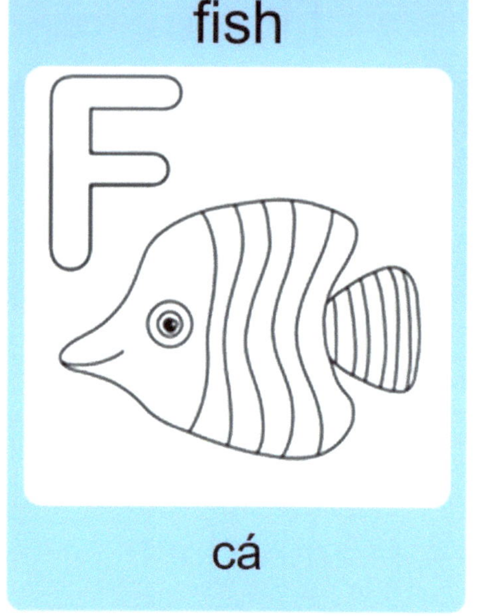

cá

goat

con dê

hat

mũ

ice cream

kem

jam

mứt

kitten

mèo con

lion

sư tử

mouse

con chuột

nose

mũi

owl

cú

pig

con lợn

queen

nữ hoàng

rabbit

con thỏ

sheep

cừu

turtle

rùa

umbrella

ô

van

xe tải

watermelon

dưa hấu

xylophone

xylophone

yogurt

sữa chua

zebra

ngựa rằn

pink

hồng

brown

nâu

gray

màu xám

green

màu xanh lá

yellow
color the word and
the picture in pink
yellow
màu vàng

white
color the word and
the picture in pink
white
trắng

red
color the word and
the picture in pink
red
màu đỏ

blue
color the word and
the picture in pink
blue
màu xanh da trời

drill
máy khoan

hammer
cây búa

knife
dao

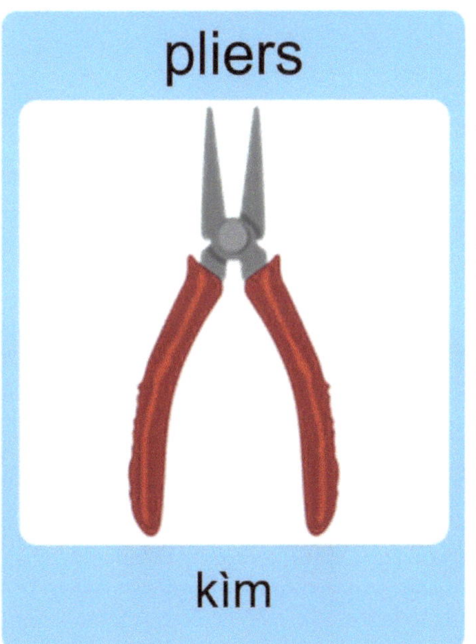
pliers
kìm

saw
cái cưa

scissors

cây kéo

screwdriver

cái vặn vít

wrench

cờ lê

airplane

máy bay

bicycle

xe đạp

boat

thuyền

bus

xe buýt

car

xe hơi

helicopter

máy bay trực thăng

horse

con ngựa

jet

máy bay phản lực

motorcycle

xe máy

ship

tàu

subway

xe điện ngầm

taxi

xe tắc xi

train

xe lửa

truck

xe tải

asparagus

măng tây

beans

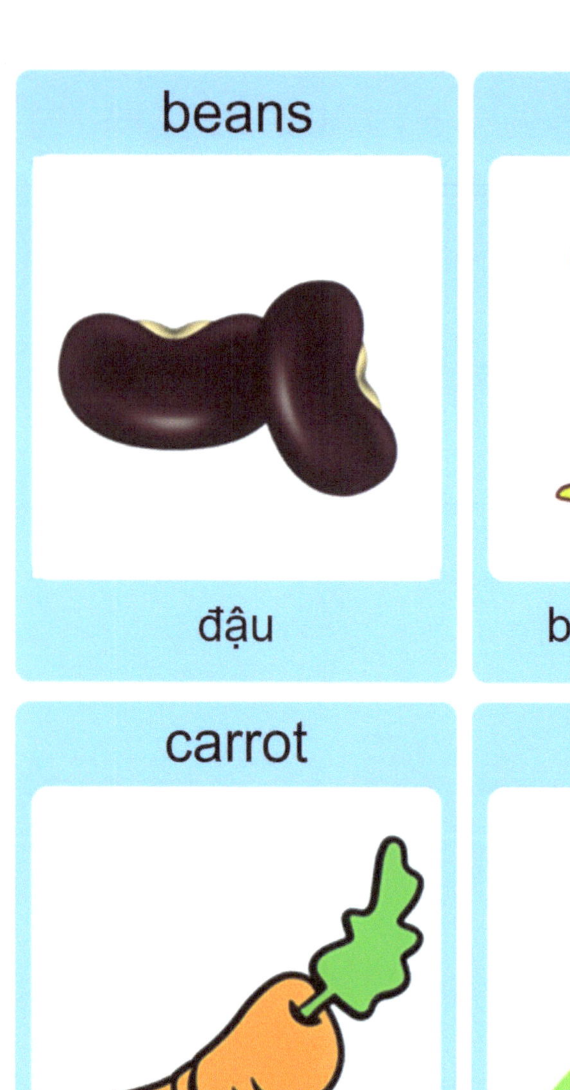

đậu

broccoli

bông cải xanh

cabbage

cải bắp

carrot

cà rốt

celery

rau cần tây

corn

ngô

cucumber

quả dưa chuột

eggplant

cà tím

green pepper

tiêu xanh

lettuce
rau diếp
onion
củ hành
peas
đậu hà lan
potato
khoai tây
pumpkin
quả bí ngô
radish
củ cải
spinach
rau bina
sweet potato
khoai lang
tomato
cà chua

turnip

cây củ cải

cloudy

nhiều mây

cold

lạnh

cool

mát mẻ

foggy

sương mù

hot

nóng bức

humid

ẩm ướt

rainy

nhiều mưa

snowy

có tuyết rơi

stormy

bão

sunny

nắng

warm

ấm áp

windy

gió

aunt

cô

brother

anh trai

cousin

anh chị em họ

daughter

con gái

father

bố

granddaughter

cháu gái

grandmother

bà ngoại

grandson

cháu trai

mother

mẹ

nephew

cháu trai

niece

cháu gái

sister

em gái

son

con trai

stepdaughter

con gái riêng

stepmother
mẹ kế
stepson
con trai riêng
uncle
chú
bowl
bát
cup
cốc
dish
DOG
món ăn
fork
cái nĩa
glass
cốc thủy tinh
knife
dao

mug

cái ca

napkin

khăn ăn

pepper

tiêu

pitcher

cái bình

plate

đĩa

salad

xà lách

salt

muối

saucer

đĩa lót tách

spoon

cái thìa

sugar

SUGAR

đường

Sunday

Sunday

chủ nhật

Monday

Monday

thứ hai

Tuesday

Tuesday

thứ ba

Wednesday

Wednesday

thứ tư

Thursday

Thursday

thứ năm

Friday

Friday

thứ sáu

Saturday

Saturday

ngày thứ bảy

bake

nướng

boil
sôi lên
broil
môi giới
can opener
đồ khui hộp
fry
chiên
grill
nướng
measuring cup
30
20
10
ly đo lường
measuring spoon
muỗng đo
microwave
lò vi sóng
mixing bowl
bát trộn

paper towels

khăn giấy

poach

trứng luộc

potholder

gia treo nôi

roast

nướng

rolling pin

pin lăn

scramble

tranh giành

simmer

hấp

knife

dao

spoon

cái thìa

spatula

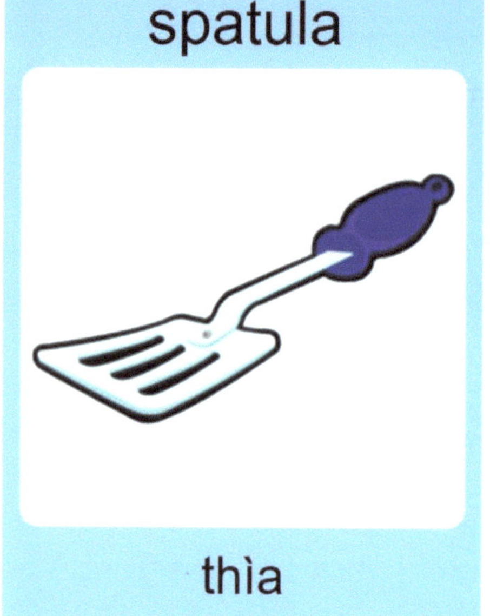

thìa

steam

hơi nước

strainer

bộ lọc

timer

hẹn giờ

fork

cái nĩa

toaster

máy nướng bánh mì

kettle

ấm đun nước

refrigerator

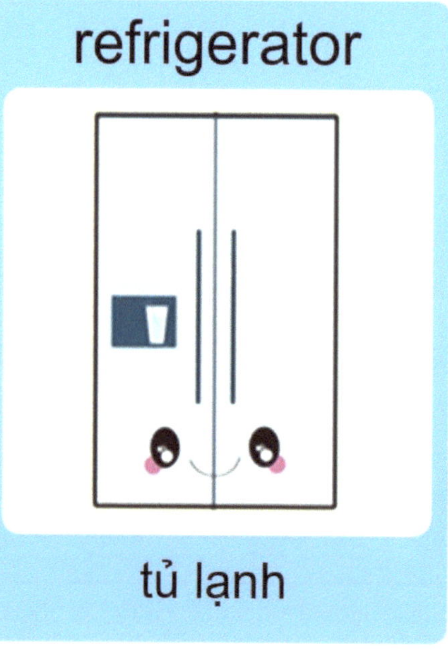

tủ lạnh

blender

máy xay

cabinet

tủ

cupboard

cái tủ

microwave

lò vi sóng

back

trở lại

cheeks

má

chest

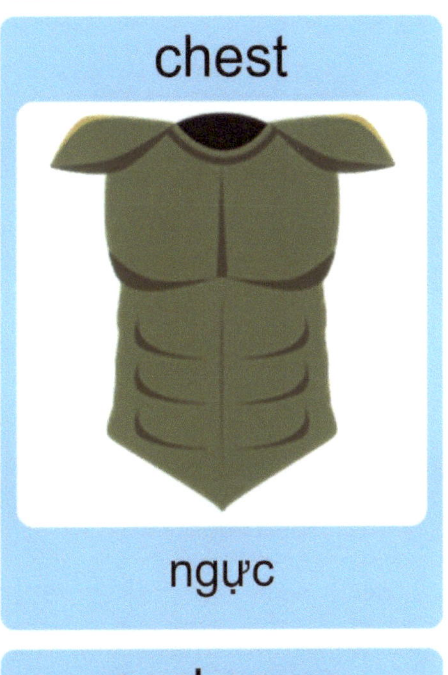

ngực

chin

cái cằm

ears

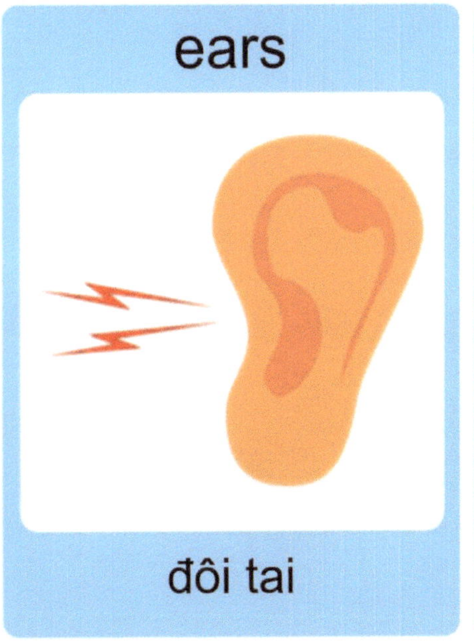

đôi tai

eyebrows

lông mày

eyes

đôi mắt

feet

đôi chân

fingers

ngón tay

foot

chân

forehead

trán

hair

tóc

hands

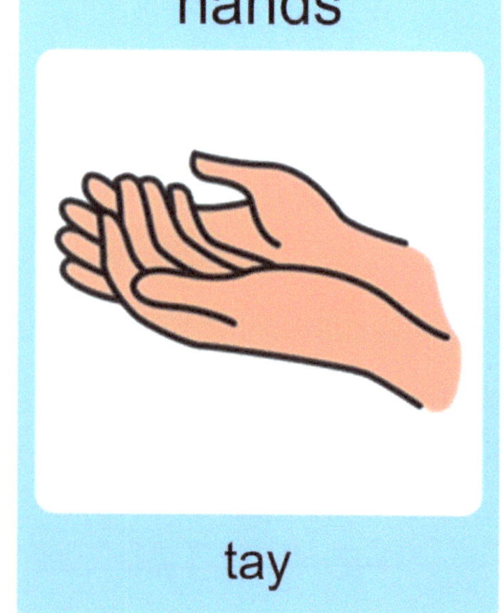

tay

head

cái đầu

hips

hông

knees

đầu gối

legs

chân

lips

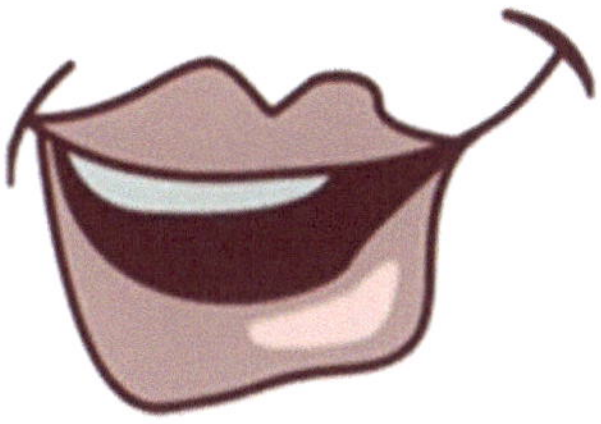

đôi môi

mouth

mồm

neck

cái cổ

nose

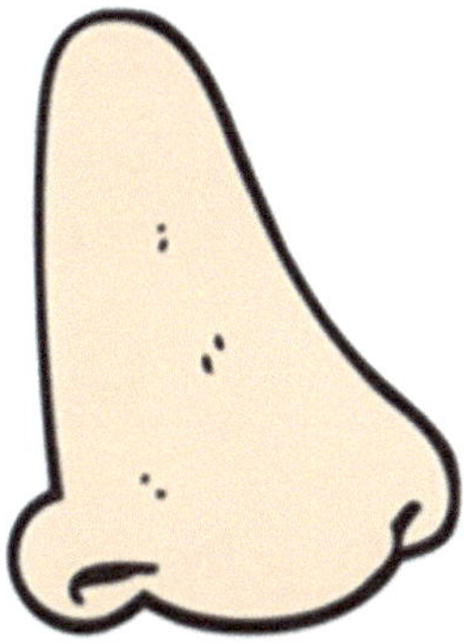

mũi

shoulders

đôi vai

stomach

cái bụng

teeth

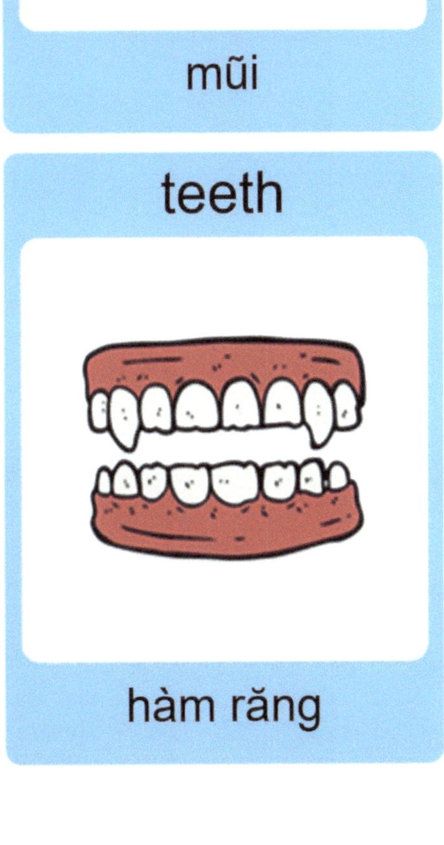

hàm răng

throat

họng

toes

ngón chân

tongue

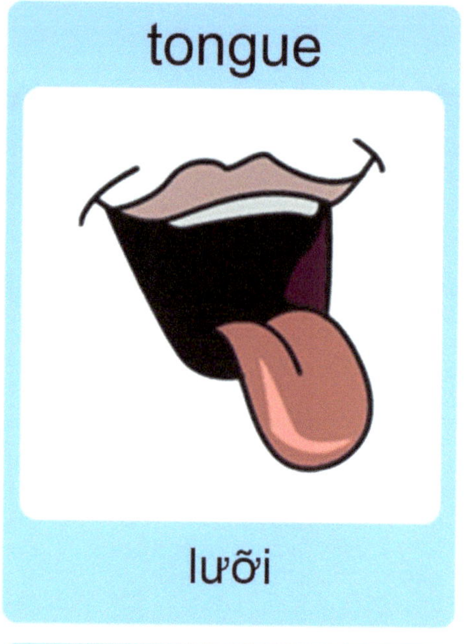

lưỡi

tooth

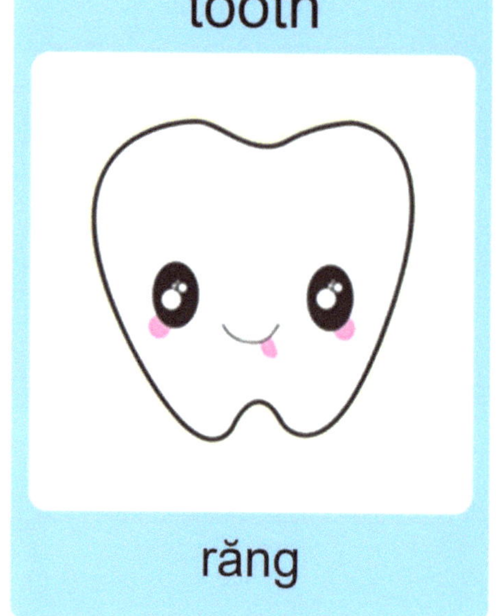

răng

waist

eo

overalls

áo liền quần

mittens

găng tay

beanie

cái mũ len

apron

tạp dề

www.ingramcontent.com/pod-product-compliance
Ingram Content Group UK Ltd.
Pitfield, Milton Keynes, MK11 3LW, UK
UKHW060107300726
14090UKWH00003B/395

* 9 7 9 8 5 2 0 9 2 9 9 2 5 *